sekolahan - ilé-ìwé	2
perjalanan - ìrìn àjò	5
angkutan - ọkọ̀	8
kutha - ìlú	10
lanskap - ẹlẹ́bùú	14
restoran - ilé oúnjẹ	17
supermarket - ibi ìtajà	20
ombenan - ohun mímu	22
panganan - oúnjẹ	23
kebon - oko	27
omah - ilé	31
ruang tamu - yàrá ìgbé	33
pawon - ilé ìdáná	35
jedhing - ilé ìwẹ̀	38
kamar anak - yàrá ọmọdé	42
klambi - aṣọ	44
kantor - ọfisi	49
ekonomi - ọrọ̀ ajé	51
gawean - àwọn iṣẹ́ ààyò	53
alat - àwọn irinṣẹ́	56
alat musik - àwọn irinṣẹ́ orin	57
kebon kewan - ibi ẹranko	59
olahraga - àwọn eré ìdárayá	62
kegiatan - àwọn iṣẹ́	63
keluarga - ẹbí	67
awak - ara	68
griya sakit - ilé ìwòsàn	72
dharurat - pàjáwìrì	76
bumi - Ayé	77
jam - aago	79
minggu - ọ̀sẹ̀	80
tahun - ọdún	81
wangun - àwọn ìrísí	83
warna - àwọn àwọ̀	84
kontras - òdì	85
angka - nọ́mbà	88
basa-basa - àwọn èdè	90
sapa / apa / piye - tani / kínni / báwo	91
neng endi - níbo	92

Impressum
Verlag: BABADADA GmbH, Nedderfeld 112 , 22529 Hamburg
Geschäftsführer / Verlagsleitung: Harald Hof
Druck: Books on Demand GmbH, In de Tarpen 42, 22848 Norderstedt

Imprint
Publisher: BABADADA GmbH, Nedderfeld 112 , 22529 Hamburg, Germany
Managing Director / Publishing direction: Harald Hof
Print: Books on Demand GmbH, In de Tarpen 42, 22848 Norderstedt

sekolahan
ilé-ìwé

- para pínpín / 186/2
- blabag kanggo nulis / pẹpẹ
- kelas / yàrá ìkàwé
- guru / olùkọ́
- latar sekolah / yáàdì ilé-ìwé
- dluwang / pépà
- nulis / kọ̀wé
- pen / kálàmù
- meja / dẹsiki
- garisan / rúlà
- buku / ìwé
- murid / akẹ́kọ̀ọ́

tas sekolah
òrá

tepak potlot
àpò pẹnsuru

potlot
pẹnsuru

orotan potlot
olùgbẹ́ pẹnsuru

setip
rọ́bà

lemek nggambar
bọ́tìnní yíyàwòrán

sekolahan - ilé-ìwé

gambar
yíyàròwán

kuwas
burọ́ṣi ọ̀dà

tepak cat nggambar
àpótí ọ̀dà

gunting
sisọ́si

lem
gúlù

buku latihan soal
ìwé iṣẹ́

pakaryan omah
iṣẹ́ àmúrelé

angka
nọ́mbà

tambah
àfikún

suda
àyọkúrò

ping
ìsọdipúpọ̀

itung
ṣírò

aksara
lẹ́tà

abjad
alábídí

tembung
ọ̀rọ̀ síso

sekolahan - ilé-ìwé

teks
òrò kíkọ

maca
kàwé

kapur
ṣóòkì

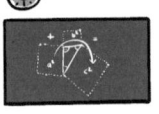

wulangan
ìkẹ́kọ̀ọ́

dhaptar
forúkọsílẹ̀

ujian
ìdánwò

sertipikat
ìwé-ẹ̀rí

sragam sekolah
aṣọ ilé-ìwé

pendhidhikan
ẹ̀kọ́

ensiklopedia
ìwé ìmọ̀

universitas
yunifasiti

mikroskop
ẹ̀rọ gbohùngbohùn

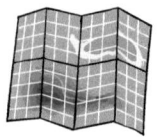

peta
àwòrán àgbáyé

kranjang larahan
agbọ̀n ìdalẹ̀nù

sekolahan - ilé-ìwé

perjalanan
ìrìn àjò

hotel
ilé ìtura

hostel
ibùgbé akẹ́kọ̀ọ́

ntor pertukaran duit mancanegara
ipàrọ̀ owó

koper
àpótí owọ́

mobil
ọkọ̀ ayọ́kẹ́lẹ́

basa
èdè

iya / ora
bẹ́ẹ̀ni / bẹ́ẹ̀kọ́

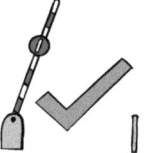

oke
Ó dára

halo
epẹ̀lẹ́

juru basa
olùtúmọ̀ èdè

matur nuwun
O ṣeun

perjalanan - ìrìn àjò

 Piro regane ...? èló ni... ?	 aku ora ngerti Kò yé mi	 masalah ìṣòro
 Sugeng dalu! Ẹ káalẹ́!	 Sugeng enjang Ẹ kaarọ!	 Sugeng dalu! Ẹ káalẹ́!
 pareng ódigbà	 arah ìtọ́ni	 koper ẹrù-ẹni
 tas báàgì	 ransel àpò ẹ̀yìn	 tamu àlejò
 kamar yàrá	 kantong turu báàgì ibùsùn	 tenda àgọ́

perjalanan - ìrìn àjò

informasi turis

àlàyé arìnrìn àjò

pantai

òkun

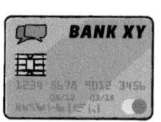

kertu kredit

káàdì arọ́pò owó

sarapan

oúnjẹ àárọ̀

mangan awan

oúnjẹ ọ̀sán

mangan ing wayah bengi

oúnjẹ alẹ́

tiket

tikẹti

lift

ìgbésókè

perangko

èdìdí

watesan

àlà

cukai

àwọn àṣà

kedutaan

ibi ìwé ìrìnà

visa

fisa

paspor

ìwé ìrìnà

perjalanan - ìrìn àjò

angkutan
ọkọ̀

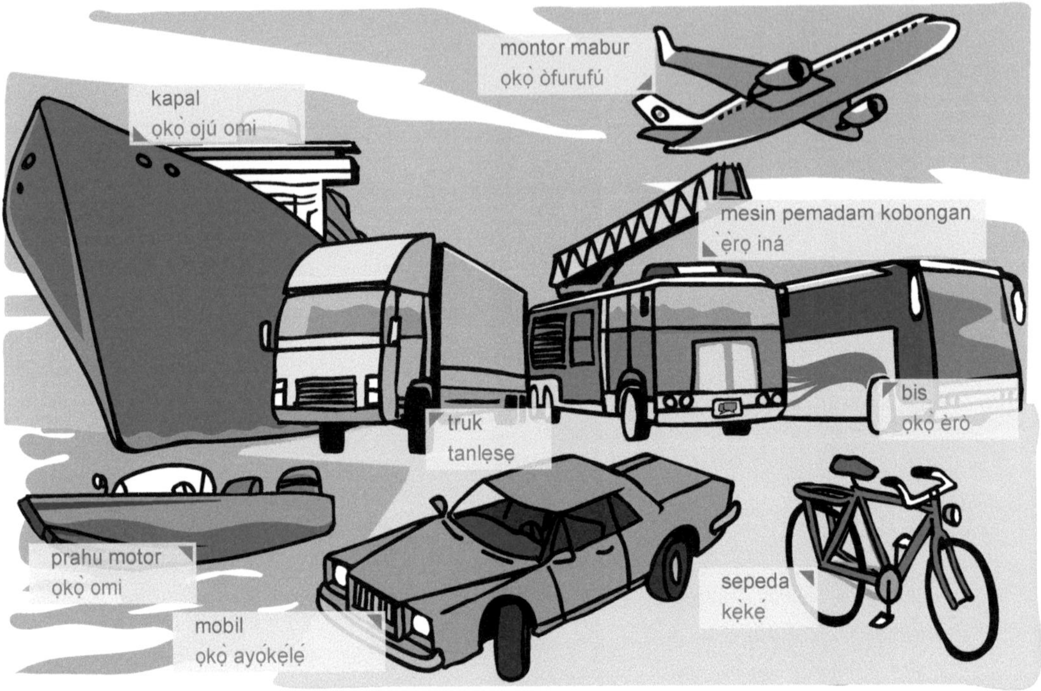

montor mabur
ọkọ̀ òfurufú

kapal
ọkọ̀ ojú omi

mesin pemadam kobongan
ẹrọ iná

bis
ọkọ̀ èrò

truk tanlẹsẹ

prahu motor
ọkọ̀ omi

mobil
ọkọ̀ ayọ́kẹlẹ́

sepeda
kẹ̀kẹ́

feri
opán

perahu
ọpọ́n ojú omi

sepeda motor
atapùpù

mobil polisi
ọkọ̀ ọlọ́pàá

mobil balapan
ọkọ̀ ìsáré

mobil sewa
ọkọ̀ yíyá

angkutan - ọkọ̀

sewa mobil	truk derek	truk resek
àpínlò ọkọ̀	ìgbọ́kọ̀	ọkọ̀ dída ilẹ̀ nù

motor	bensin	pom bensin
manto	epo	ilé epo

 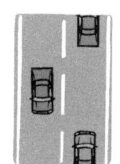 

tanda dalan	lalu lintas	macet
àmì ìwakọ̀	ìwakọ̀	súnkẹrẹ

parkir mobil	stasiun sepur	ril sepur
ibi ìgbọ́kọ̀sí	ibùdókọ̀ ojú irin	àwọn òpópó

 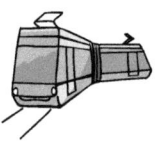 

sepur	tram	grobak
ọkọ̀ ojú irin	ọkọ̀ ori ilẹ̀	ẹrù

angkutan - ọkọ̀

helikopter	lapangan montor mabur	menara
ẹlikọputa	ibùdókọ̀ òfurufú	òpó

penumpang	kontener	kerdhus
èrò	ibi ìpamọ́	katun

  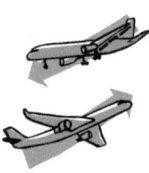

troli	kranjang	mabur / ndarat
apẹ̀rẹ̀	agbọ̀n	gbéra / balẹ̀

kutha
ìlú

desa	tengah kutha	omah
abúlé	àárín ìlú	ilé

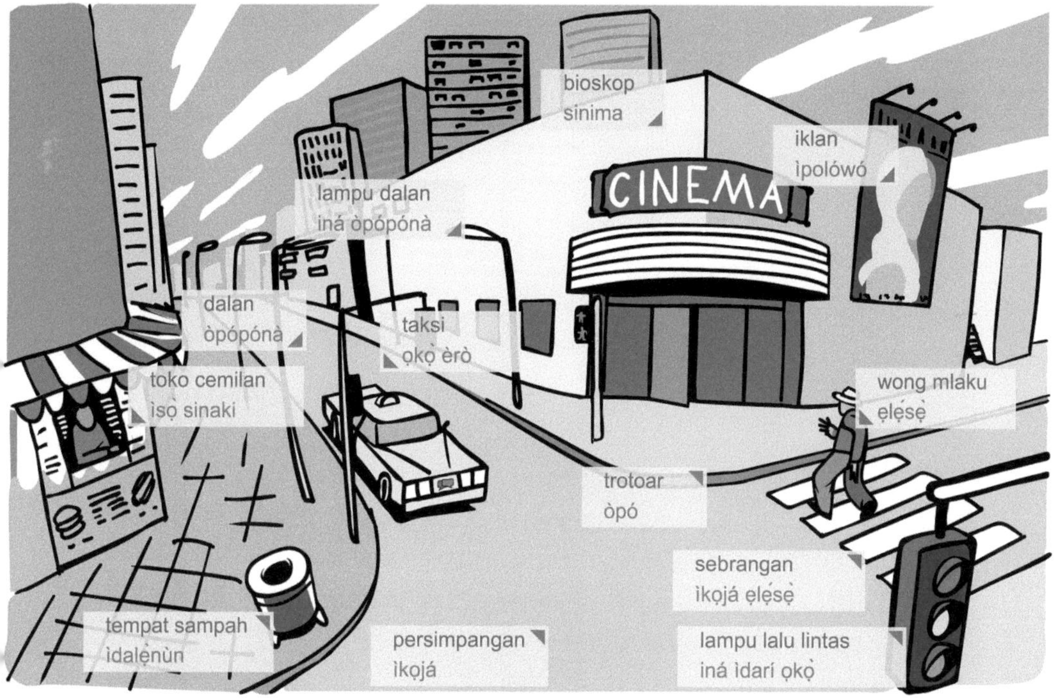

bioskop
sinima

iklan
ìpolówó

lampu dalan
iná òpópónà

dalan
òpópónà

taksi
ọkọ̀ èrò

toko cemilan
ìsọ sinaki

wong mlaku
ẹlẹ́sẹ̀

trotoar
òpó

sebrangan
ìkọjá ẹlẹ́sẹ̀

tempat sampah
ìdalẹ́nùn

persimpangan
ìkọjá

lampu lalu lintas
iná ìdarí ọkọ̀

gubuk
abà

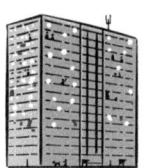

apartemen
filati

stasiun sepur
ibùdókọ̀ ojú irin

bale kutha
ojúde

museum
musiọmu

sekolahan
ilé-ìwé

kutha - ìlú

universitas
yunifasiti

bank
ilé ìfowópamọ́

griya sakit
ilé ìwòsàn

hotel
ilé ìtura

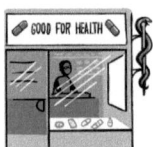
apotek
olùta ògùn

kantor
ọfisi

toko buku
ìsọ̀ ìwé

toko
ìsọ̀

toko kembang
òdòdó

supermarket
ibi ìtajà

pasar
ọjà

toko sarwa ana
ibi ẹ̀ka iṣẹ́

toko iwak
ibi ẹja

mal
ibi ìrajà

pelabuhan
bèbè omi

kutha - ìlú

taman
ibi igbafẹ́

bangku
àga

tretek
afárá

andha
àgàsọ̀

metro
abẹ́ ilẹ̀

trowongan
ihò ilẹ̀

halte bis
ibùdókọ̀

bar
ilé ọtí

restoran
ilé oúnjẹ

kotak surat
àpótí ìfìwéránṣẹ́

pratandha dalan
àmì òpópónà

meteran parkir
mita ìgbọ́kọ̀sí

kebon kewan
ibi ẹranko

kolam renang
ibi ìwẹ̀

masjid
mọ́ṣáláṣí

kutha - ìlú

kebon
oko

polusi
ìdọ̀tí

kuburan
ibi ìsìnkú

greja
ilé ìjọsìn

panggon dolanan
ibi ìṣeré

candi
tẹmpili

lanskap
ẹlẹ́bùú

- godong / ewé
- plang ajúwe
- dalan / ọ̀nà
- beran / ilẹ̀ koríko
- watu / òkúta
- uwit / igi
- wong munggah / olùrin
- kali / odò
- suket / kóriko
- kembang / òdòdó

lanskap - ẹlẹ́bùú

lembah
kòtò

bukit
òkè

tlogo
adágún omi

alas
aginjù

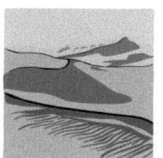
ara-ara
aṣálẹ̀

gunung geni
ilẹ̀ ríru

keraton
ibùgbé

kluwung
òṣùmàrè

jamur
esun

uwit palem
ọ̀pẹ

lemut
ẹ̀fọn

laler
eṣinṣin

semut
kòkòrò

tawon
oyin

angga-angga
alantakun

lanskap - ẹlẹ́bùú

kumbang
làbọnlàbọn

kodok
ọ̀pọ̀lọ́

bajing
ọ̀kẹ́rẹ́ ńlá

landhak
sẹ́sẹ́

truwelu
ọ̀kẹ́rẹ́

manuk dares
òwìwí

manut
ẹyẹ

banyak
pẹ́pẹ́yẹ ńlá

celeng
ẹlẹ́dẹ̀ igbó

kidang
àgbọ̀nrín

menjangan
àgbọ̀nrín ńlá

bendungan
adágún

turbin angin
ọ̀pá afẹ́fẹ́

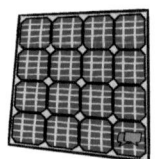

panel srengenge
panẹ́ẹ̀lì òrùn

iklim
ojú-ọjọ́

restoran
ilé oúnjẹ

laden
agbóunjẹ

menu
àkọsílẹ̀ oúnjẹ

kursi
àga

sop
ọbẹ̀

pizza
pisa

taplak meja
aṣọ tábìlì

alat mangan
ọbẹ

hidangan pambuka
ìpanu

menu utama
oúnjẹ gangan

hidangan penutup
ìpanu lẹ́yin oúnjẹ

ombenan
ohun mímu

panganan
oúnjẹ

gendul
ìgò

panganan instan
oúnjẹ kíá

jajan cemilan
oúnjẹ òpópónà

ceret teh
abọ́ tii

kaleng gula
abọ́ ṣúgà

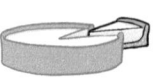

porsi
ìpín

mesin espresso
ẹ̀rọ ẹsipirẹso

kursi duwur
àga gíga

tagihan
ináwó oṣoṣù

baki
tire

lading
ọbẹ

sendok garpu
fọ́ọ̀kì

sendok
ṣibí

sendok teh
ṣibí tii

serbet
pépà ìnuwọ́

gelas
gilasi

restoran - ilé oúnjẹ

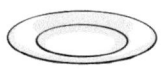
piring
abọ

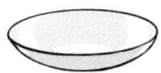
piring sop
abọ́ ọbẹ̀

lepek
pẹlẹbẹ

duduh
ọbẹ̀

gendul uyah
kòkò iyọ̀

bubuk mrico
ìlọta

cuka
fẹniga

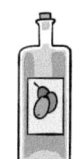
lenga
òróró

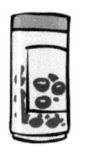
bumbon
èròjà

saos tomat
kẹsọpu

mustar
mọsitadi

mayones
mayonesi

restoran - ilé oúnjẹ

supermarket
ibi ìtajà

- tawaran khusus / ẹ̀dínwó
- langganan / oníbàárà
- produk saka susu / wàrà
- troli / ọmọlanke
- woh-wohan / èso

toko daging
alápatà

toko roti
beka

nimbang
wọ̀n

janganan
ewébẹ̀

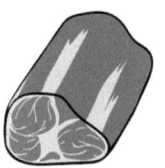

daging panggang
ẹran

panganan beku
oúnjẹ dídì

supermarket - ibi ìtajà

irisan daging
ẹran tútù

panganan kaleng
oúnjẹ agolo

deterjen
ọṣẹ ìfọṣọ

permen
àdíndùn

produk reresik omah
àgbéjáde ẹbí

produk reresik
ohun ìtọ́jú

bakul
olùtajà

mesin kasir
tili

kasir
akawó

daftar blanja
àkójọ ìrajà

jam buka
wákàtí ìbẹ̀rẹ̀

dompet
ìpamọ́

kertu kredit
káàdì arọ́pò owó

tas
báàgì

tas kresek
báàgì ọ̀rá

supermarket - ibi ìtajà   21

ombenan
ohun mímu

banyu
omi

jus
omi èso

susu
wàrá

ombenan kanthi karbon
koki

anggur
waini

bir
bia

alkohol
ọtí líle

coklat
kòkó

teh
tii

kopi
kọfí

espresso
ẹsipirẹso

cappuccino
kapusino

panganan
oúnjẹ

gedhang
ògèdè

apel
apu

jeruk
ọsàn

semangka
ẹ̀gúsí

jeruk lemon
òronbò

wortel
karọti

bawang
galiki

pring
ọparun

bawang
àlùbọ́sà

jamur
esun

kacang
ẹ̀pà

bakmi
nodu

spageti
sipajęti

sego
ìrẹsì

salad
saladi

kentang goreng
ìpanu

kentang goreng
ànàmọ́ díndín

pizza
pisa

hamburger
bọ́gà

roti isi
sanwiṣi

daging irisan
ẹran sísun

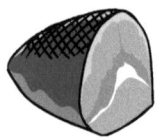

daging ham
ẹsẹ̀ ẹlẹ́dẹ̀

salami
salami

sosis
sọseji

pitik
ẹran ẹdiyẹ

daging panggang
sun

iwak
ẹja

panganan - oúnjẹ

bubur gandum
oti pọreji

muesli
musẹli

sereal jagung
confulakisi

glepung
iyẹ̀fun

croissant
kirosanti

roti
rolu búrẹ̀dì

roti
burẹdi

roti panggang
dín

biskuit
bisikiti

mertega
bọ́tà

dadih
kọdu

kue
keki

endog
ẹyin

endog goreng
ẹyin díndín

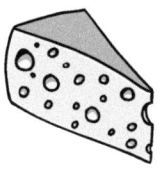
keju
ṣiṣi

panganan - oúnjẹ

es krim	gula	madu
aisi kirimu	ṣúgà	oyin

sele	krim nugat	kare
jamu	àfira ṣokoleti	kọri

kebon
oko

wedhus
ewúrẹ́

sapi
máàlù

pedhet
ọdọ́ àgùntàn

babi
ẹlẹ́dẹ̀

gambluk
ọmọ ẹlẹ́dẹ̀

kebo
àgbò

banyak
ọmọ pẹ́pẹ́yẹ

bebek
pẹ́pẹ́yẹ

kuthuk
ọmọ adìyẹ

babon
adìyẹ

jago
àkùkọ

tikus
èkúté

kucing
olóngbò

tikus
eku

sapi
kẹ́tẹ́kẹ́tẹ́

asu
ajá

kandang asu
ilé ajá

selang
ọ̀pá ọgbà

gembor
abọ́ omi

arit gede
scythe

waluku
ọkọ̀ irúgbìn

28 kebon - oko

arit gede

abẹ oko

pacul

ọkọ́

garu

irinṣẹ́ kóriko

kapak

àáké

grobak surung

wilibaro

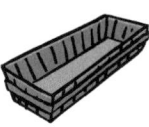

wadah pakan

àgbá

kaleng susu

abọ́ wàrà

karung

àpò

pager

ògiri

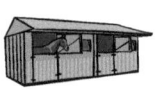

kandang

pẹpẹ oko

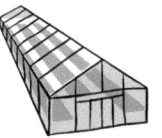

omah kaca

ibi ìdáko

lemah

ilẹ̀

wiji

irúgbìn

rabuk

ajílẹ̀

traktor panen

àkópọ̀ olùkórè

kebon - oko

manen
ìkórè

panen
ìkórè

ubi
iṣu

gandum
bàbà

kedelai
soya

kentang
ànàmọ́

jagung
àgbàdo

lobak
irúgbìn rapu

wit woh-wohan
igi èso

telo
ẹgẹ́

sereal
jéró

kebon - oko

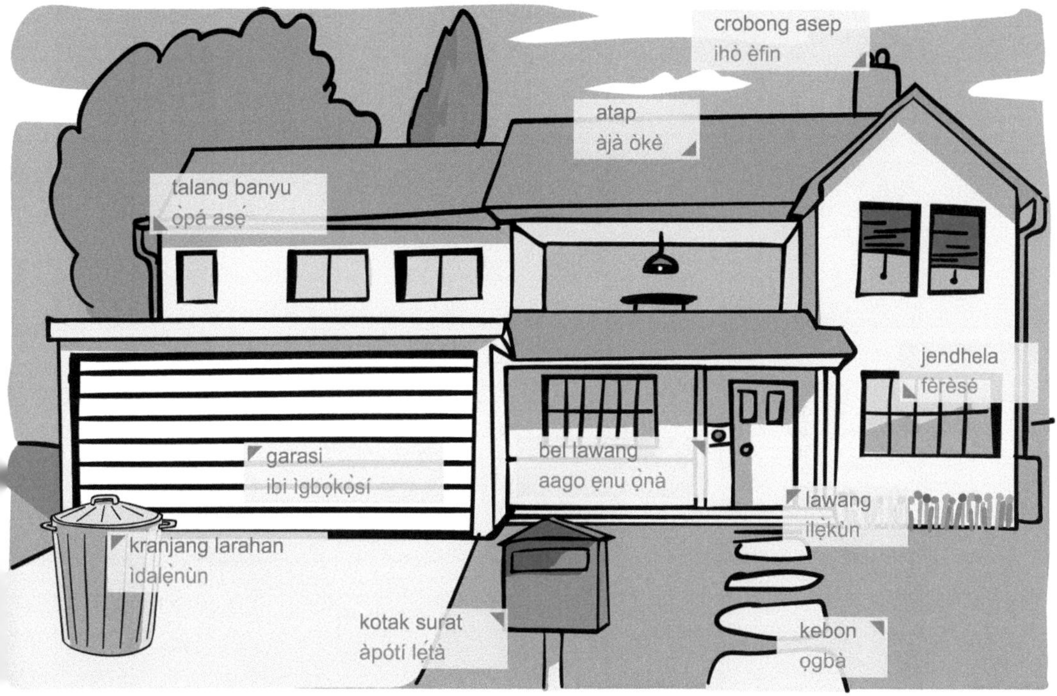

omah
ilé

crobong asep
ihò èfin

atap
àjà òkè

talang banyu
òpá asẹ́

jendhela
fèrèsé

garasi
ibi ìgbọ́kọ̀sí

bel lawang
aago ẹnu ọ̀nà

lawang
ilẹ̀kùn

kranjang larahan
ìdalẹ̀nùn

kotak surat
àpótí létà

kebon
ọgbà

ruang tamu
yàrá ìgbé

jedhing
ilé ìwẹ̀

pawon
ilé ìdáná

kamar turu
yàrá ìbùsùn

kamar anak
yàrá ọmọdé

kamar panedhaan
yàrá ìjẹun

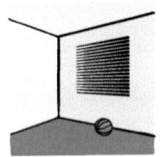
jobin
ilẹ̀

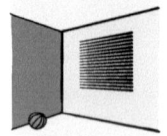
tembok
ògiri ilé

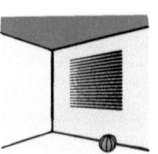
pyan
àjà

gudhang ing njero lemah
sẹla

sauna
sauna

balkon
ọ̀dẹ̀dẹ̀

teras
ọ̀nà

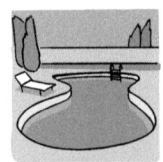
blumbang kanggo nglangi
ibi ìwẹ̀

mesin kanggo motong suket
ẹ̀rọ ìgékọ

lembaran
ojú-ewé

sprei
aṣọ orí ibùsùn

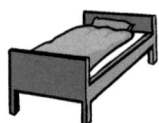
dipan
ibùsùn

sapu
ọwọ̀

ember
garawa

tombol
yípo

omah - ilé

ruang tamu
yàrá ìgbé

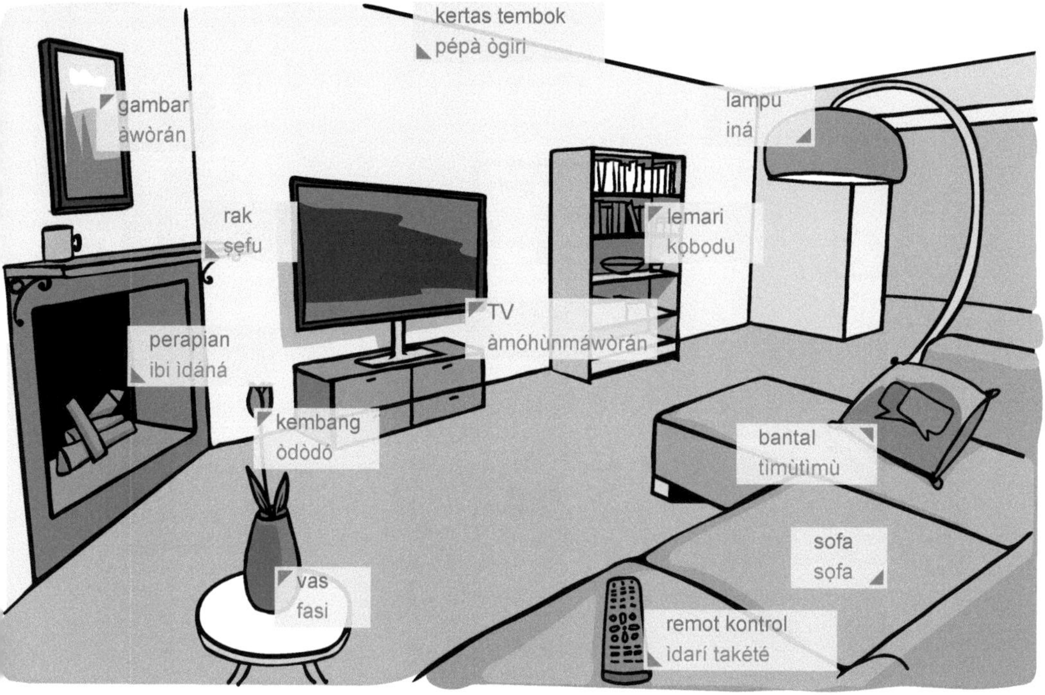

Labels in illustration:
- kertas tembok / pépà ògiri
- gambar / àwòrán
- lampu / iná
- rak / sefu
- lemari / kòbòdu
- perapian / ibi ìdáná
- TV / àmóhùnmáwòrán
- kembang / òdòdó
- bantal / tìmùtìmù
- sofa / sòfa
- vas / fasi
- remot kontrol / ìdarí takété

karpet
kapèti

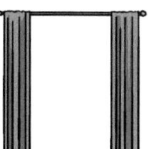

korden
kòtini

meja
tábìlì

kursi
àga

kursi goyang
àga amìtìtì

kursi tangan
àga olówó

ruang tamu - yàrá ìgbé

buku
ìwé

selimut
aṣọ ìbora

dekorasi
ọ̀ṣọ́

kayu bakar
igi ìdáná

film
fíìmù

hi-fi
irinṣẹ́ hi-fi

kunci
kọ́kọ́rọ́

koran
iwé ìròyìn

lukisan
kíkunlé

poster
àlẹ̀mọ́

radio
redio

buku catetan
ìkọ̀wé

penyedot lebut
ufa

kaktus
kakitọsi

lilin
àbẹ́là

ruang tamu - yàrá ìgbé

pawon
ilé ìdáná

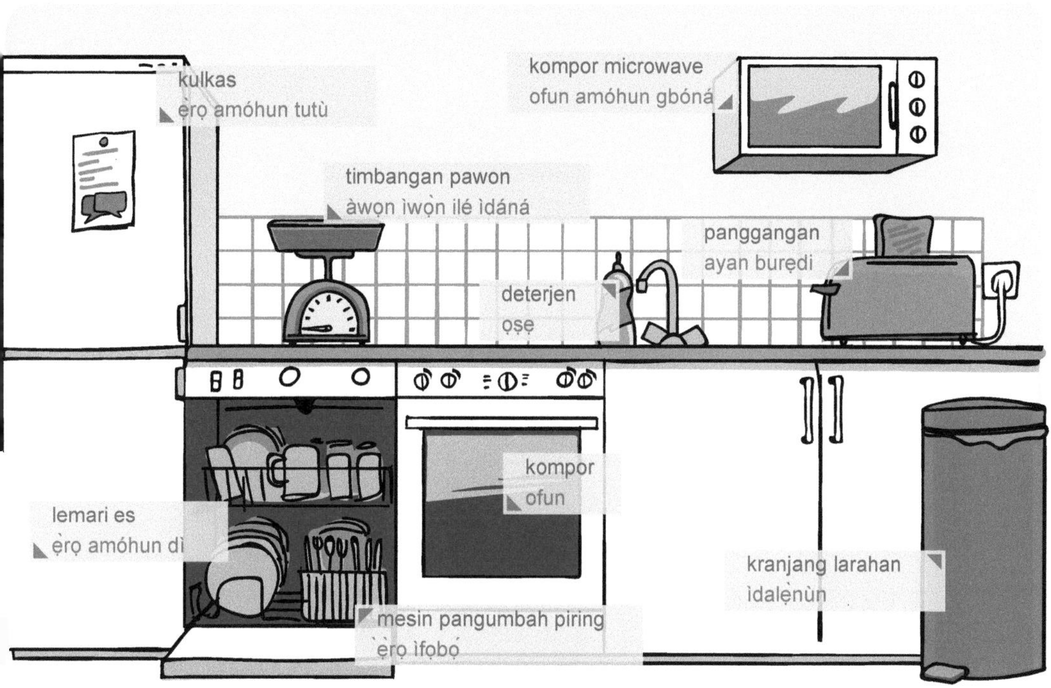

- kulkas / ẹrọ amóhun tutù
- kompor microwave / ofun amóhun gbóná
- timbangan pawon / àwọn ìwọn ilé ìdáná
- panggangan ayan burẹdi
- deterjen / ọṣẹ
- kompor / ofun
- lemari es / ẹrọ amóhun dì
- kranjang larahan / ìdalẹ̀nùn
- mesin pangumbah piring / ẹrọ ìfọbọ́

| kompor | panci | panci wesi |
| ìdáná | ìṣasun | ìṣasun irin |

| wajan | wajan | ceret |
| wok / kadai | panu | kẹturu |

pawon - ilé ìdáná

kukusan
amoru

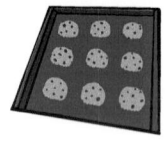

loyang
pẹpẹ ìdáná

pecah belah
dídáná

mug
ife gilasi

mangkok
àdému

sumpit
igi ijẹun

irus
ladu

solet
ṣíbí kòtò

udeg
wisiki

ayakan
sitirena

saringan
asẹ́

parutan
gireta

lumpang
odó

panggangan
àsun

geni
ibi ìdáná

pawon - ilé ìdáná

telenan
pẹpẹ gígé

gilingan adonan
igi ìlọ̀

kotrek
kọ́kisukuru

kaleng
agolo

bukaan kaleng
olùṣí agolo

cempal
àdìmú iṣasun

wastafel
kòtò

sikat
burọ́ṣi

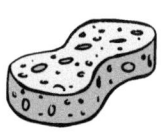
sepon
kaninkanin

blender
ẹ̀rọ ìlọ̀ta

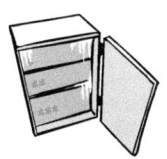
kulkas
ẹ̀rọ amóhun di oníkòtò

gendul bayi
ohun ìjẹun ọmọdé

kran
ẹnu ẹ̀rọ omi

pawon - ilé ìdáná

jedhing
ilé ìwẹ̀

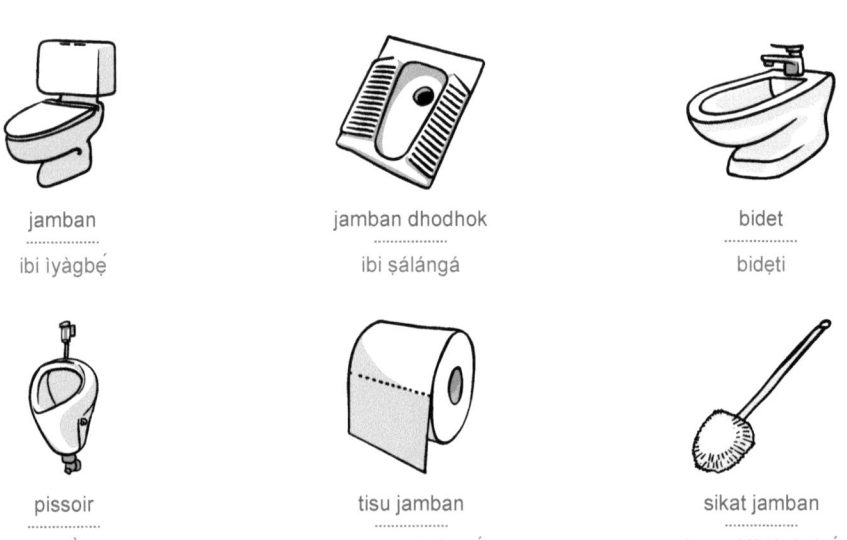

- alat manasi
  gbígbóná
- pancuran iwẹ̀
- andhuk taweli
- klambu jedhing
  kọtini ìwẹ̀
- adhus unthuk
  ìwẹ̀ olósẹ
- bak adhus
  ibi ìwẹ̀
- gelas
  gilasi
- mesin ngumbah
  ẹ̀rọ ìfọṣọ
- tekel
  àlẹ̀mọ́lẹ̀
- kran
  ẹnu ẹ̀rọ omi
- pispot
  pó
- wastafel
  kòtò

jamban
ibi ìyàgbẹ́

jamban dhodhok
ibi ṣálángá

bidet
bidẹti

pissoir
títọ̀

tisu jamban
pépa ibi ìyàgbẹ́

sikat jamban
burọṣi ibi ìyàgbẹ́

jedhing - ilé ìwẹ̀

sikat untu
igi ifọnu

odol
ọṣẹ ifọnu

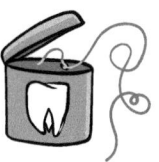

bolah untu
filọsi eyin

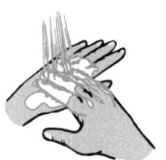

ngumbahi
fọṣọ

gagang shower
ìwẹ̀ olówó

pancuran
doṣi

baskom
basin

sikat geger
burọṣi ẹ̀yìn

sabun
ọṣẹ

gel pancuran
gẹli ìwẹ̀

sampo
ọ̀ṣẹ irun

hem
filanẹni

nguras
sẹ́

krim
ìpara

deodoran
olóòrùn dídún

jedhing - ilé ìwẹ̀

pangilon
dingi

koco tangan
díngi ọwọ́

silet
abẹ

umpluk cukur
fomu ifárungbọ̀n

aftershave
lẹ́yìn ifarungbọ̀n

jungkat
ìyarun

sikat untu
burọ̀ṣì

hairdryer
agbẹrun

hairspray
ìparun

dandanan
ìmúra

gincu
ìtọ́tè

kuteks
faniṣi èkaná

kapas
òwú

gunting kuku
sisọsi èkaná

parfum
pafumu

kantong adhus
báàgì ìwẹ̀

dingklik
àga

timbangan
ìwọ̀n

jubah kanggo sawise adhus
okùn ìwẹ̀

sarung karet
ìbọ̀wọ́ rọ́bà

tampon
tampun

pembalut
ìnuwọ́

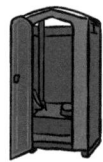
jamban nganggo bahan kimia
ṣálángá kẹmika

jedhing - ilé ìwẹ̀

kamar anak
yàrá ọmọdé

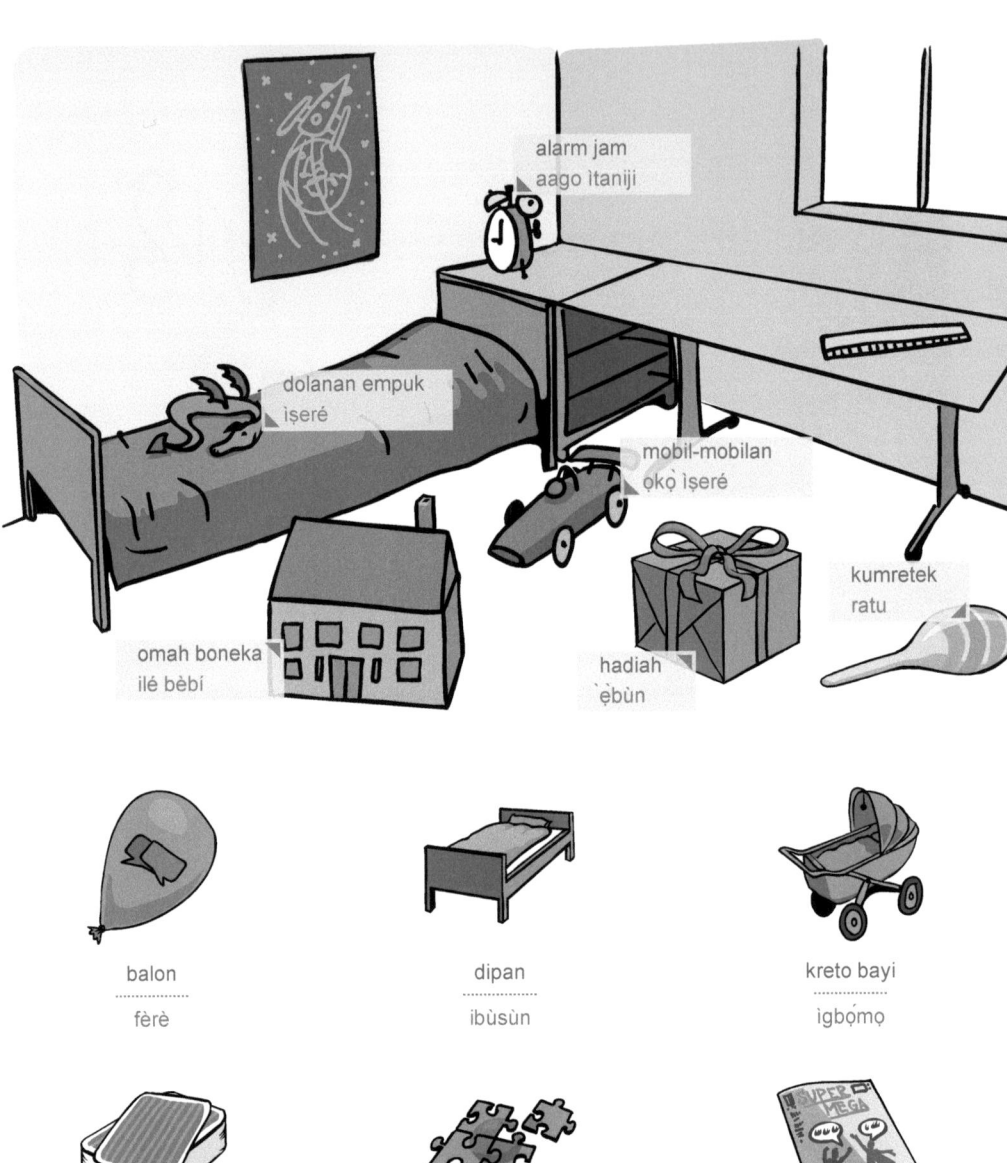

bata lego

àwọn biriki

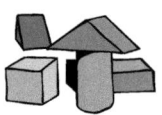

balok dolanan

ohun ìṣeré

boneka aksi

figọ ìṣe

klambi bayi

ìdàgbàsókè

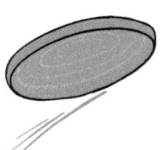

frisbee

firisibi

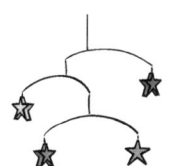

dolanan gantungan

alágbèéká

dolanan meja

eré pẹpẹ

dadu

daisi

sepur dolanan

àkópọ̀ ìkọ́ni àwòṣe

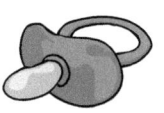

dot

dọmi

pesta

ayẹyẹ

buku gambar

ìwé àwòrán

bal

bọ́ọ̀lù

boneka

bèbí

dolanan

ṣeré

kamar anak - yàrá ọmọdé

panggon dolanan pasir
kòtò yẹpẹ̀

ayunan
jangilofa

dolanan
àwọn ìṣeré

konsol video game
kọ́nsolu ìṣeré fídíò

sepeda roda telu
ẹlẹ́sẹ̀ mẹ́ta

beruang teddy
bèbí ọmọdé

lemari sandhangan
ibi ìkaṣọsi

klambi
aṣọ

kaos kaki
sọkisi

stoking
sitọkin

kathok singset
ṣòkòtò

awak
ara

kathok
ṣòkòtò

kathok jins
kakí

rok
sikẹti

blus
bulausi

klambi
ṣẹti

jaket nganggo kudung
dúró

sweter
ibòrí

blezer
aṣọ òkè

jaket
aṣọ otútù

mantel
kotu

jas udan
aṣọ òjò

kostum
ìmúra

gaun
wọṣọ

gaun manten
aṣọ ìgbéyàwó

setelan

sutu

klambi kanggo turu

aṣọ àwọ̀sùn

piyama

pijama

kain sari

sari

kudung

gèlè

serban

tọbanu

cadar

bọka

kaftan

kafitani

abaya

abaya

klambi kanggo nglangi

aṣọ ìwẹdò

kathok renang

aṣọ àwọ̀sókè

kathok cekak

penpe

klambi trening

kotu

celemek

aṣọ ìdáná

sarung tangan

ìbọ̀wọ́

klambi - aṣọ

benik
bọ́tìnnì

kacamata
awò

gelang
ẹgbà ọwọ́

kalung
ẹgbà ọrùn

ali-ali
òrùka

anting-anting
gbígbọ́

peci
filà

gantungan mantel
ìkọ́ kotu

topi
àkẹtẹ̀

dasi
tai

slerekan
sipu

helem
koto

bretel
biresi

sragam sekolah
aṣọ ilé-ìwé

sragam
yunifọmu

klambi - aṣọ

oto
bibu

dot
dọmi

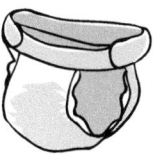
popok
ìlédìí

kantor
ọfisi

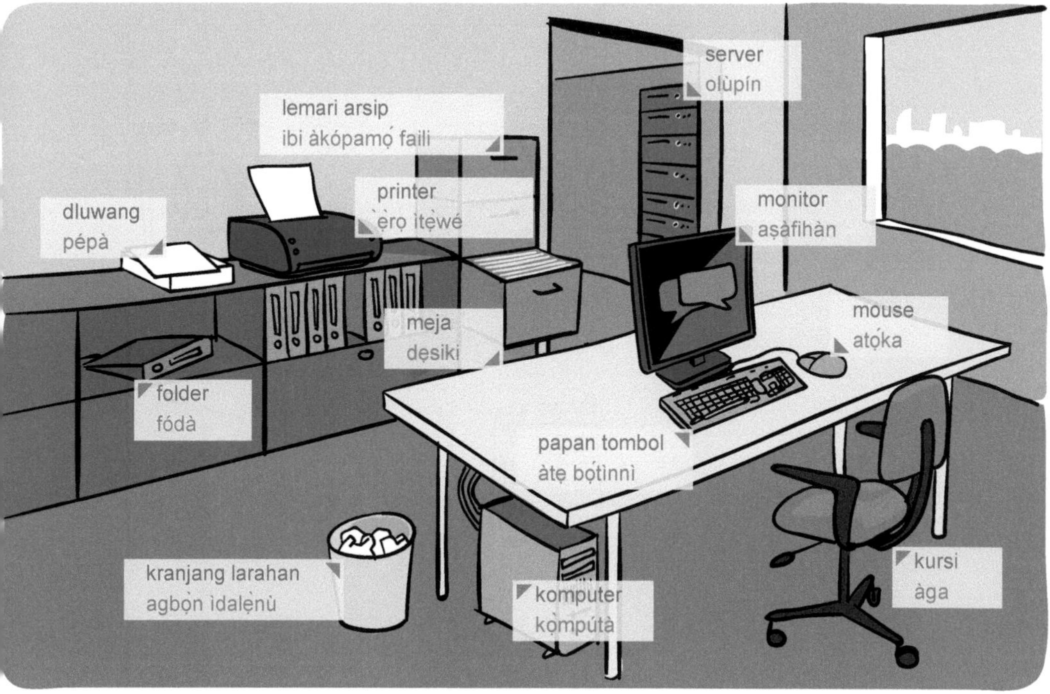

- server / olùpín
- lemari arsip / ibi àkópamọ́ faili
- printer / ẹ̀rọ itẹ̀wé
- dluwang / pépà
- monitor / aṣàfihàn
- mouse / atọ́ka
- meja / dẹsiki
- folder / fódà
- papan tombol / àtẹ bọtinnì
- kranjang larahan / agbọ̀n ìdalẹ̀nù
- komputer / kọmpútà
- kursi / àga

cangkir kopi
ife kọfí

kalkulator
ẹ̀rọ ìṣirò

internet
ayélujára

laptop | surat | pesen
kọ̀mpútà àgbélétan | lẹ́tà | ìfìránṣẹ́

HP | jaringan | mesin fotokopi
alágbèéká | nẹ́tíwọ̀kì | ẹ̀rọ ẹ̀dà

software | telpon | colokan
sọ́ftwià | ẹ̀rọ ìbánisọ̀rọ̀ | ihò iná

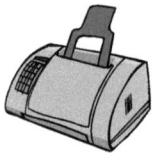
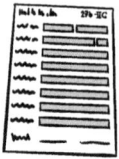

mesin faksimili | blangko | dokumen
ẹ̀rọ fakisi | fọ́ọ̀mù | ìwé àkọsílẹ̀

kantor - ọ́físì

ekonomi
ọrọ ajé

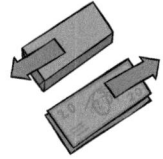

tuku
rà

mbayar
sanwó

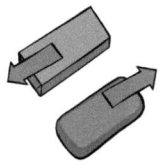

bebakulan
ṣòwò

duit
owó

dolar
dọla

euro
yuro

yen
yẹni

rubel
rọbu

franc Swiss
Siwisi frans

yuan renminbi
renminbi yuan

rupe
rupi

cash point
ibi owó

kantor pertukaran duit mancanegara
ibi ìpàrọ̀ owó

emas
wúrà

perak
fàdákà

minyak
epo

energi
agbára

rego
iye

  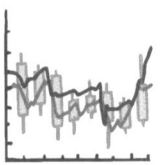

kontrak
àdéhùn

pajek
owó orí

saham
ìpín ọjà

kerjo
ṣiṣẹ́

pegawe
òṣìṣẹ́

juragan
agbani síṣẹ́

pabrik
ilé iṣẹ́

toko
ìsọ̀

ekonomi - ọrọ̀ ajé

gawean
àwọn iṣẹ́ ààyò

perwira polisi
ọ̀gá ọlọ́pàá

petugas kobongan
panápaná

tukang masak
adáná

dokter
dókítà

pilot
awakọ̀ òfurufú

tukang kebon
olọ́gbà

tukang kayu
gbẹ́nàgbẹ́nà

tukang jahit
áránṣọ

hakim
adájọ́

ahli kimia
olóògùn

aktor
òṣèré

sopir bis
awakọ̀ èrò

sopir taksi
awakọ̀ èrò

nelayan
apẹja

tukang reresik
omidan agbálẹ̀

tukang pasang gendheng
kanlékanlé

laden
agbóunjẹ

pamburu
ọdẹ

pelukis
akunlé

tukang roti
olùṣe ìyẹ̀fun

tukang listrik
aṣàtúnṣe iná

tukang mbangun
akọ́lé

insinyur
amojú ẹ̀rọ

jagal
alápatà

tukang ledeng
pulọmba

tukang pos
afiwé ránṣẹ́

gawean - àwọn iṣẹ́ ààyò

tentara
jagunjagun

arsitek
ayàwòrán ilé

kasir
akawó

bakul kembang
olódòdó

juru rambut
aṣerun lóge

kondektur
adarí èrò

mekanik
aṣàtúnṣe ọkọ̀

kapten
adarí

dokter untu
olùtọ́jú eyin

ilmuwan
onímọ̀ ìjìnlẹ̀

rabbi
olùkọ́ni

imam
imamu

biksu
mọnki

pandhita
òjíṣẹ́ Ọlọ́run

gawean - àwọn iṣẹ́ àáyò

alat
àwọn irinṣẹ́

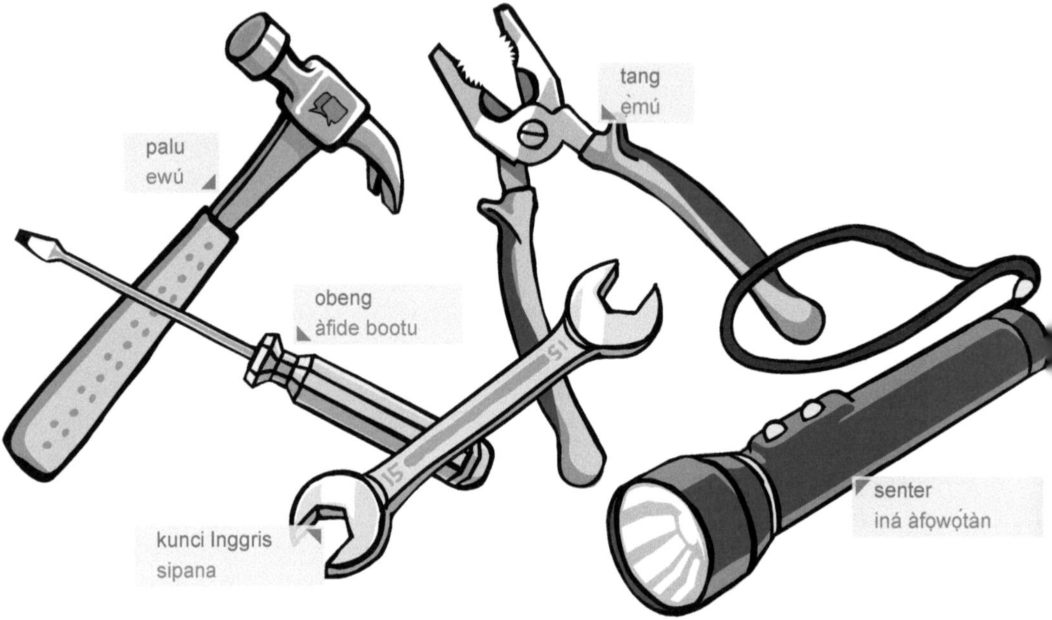

palu
ewú

tang
èmú

obeng
àfide bootu

kunci Inggris
sipana

senter
iná àfọwọ́tàn

mesin kerukan
jiga

wadah perkakas
àpótí irinṣẹ́

andha
àgàsọ̀

graji
ayùn

paku
èṣó

bur
ìlu

ndandani
túnṣe

sekop
sọbìrì

Bajigur!
Adágún!

serok
igbá ìdọ̀tí

kaleng cat
kòkò ọ̀dà

sekrup
bootu

alat musik
àwọn irinṣẹ́ orin

- sak set tambur / àkópọ̀ ìlù
- speker / gbohùngbohùn
- gitar / jita
- bass dobel / baasi onímẹ́jì
- trompet / fèrè

piano
dùrù

biola
faolin

bass
baasi

timpani
timpani

tambur
àwọn ìlù

keyboard
kiibọdu

saksofon
sasofonu

suling
fèrè ìpè

mikropon
ẹ̀rọ gbohùngbohùn

alat musik - àwọn irinṣẹ́ orin

kebon kewan
ibi ẹranko

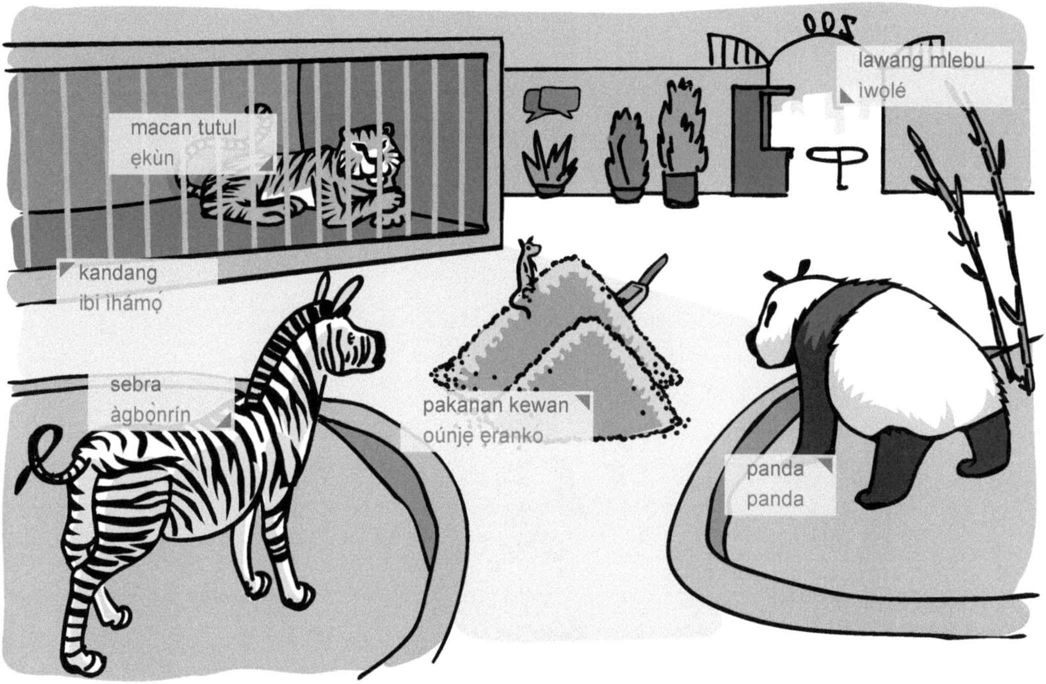

- lawang mlebu / iwọlé
- macan tutul / ẹkùn
- kandang ibi ihámọ́
- sebra / àgbọ̀nrín
- pakanan kewan / oúnjẹ ẹranko
- panda / panda

kewan
àwọn ẹranko

gajah
erin

kanguru
kangaruu

badak
raino

gorila
ọ̀bọ lagido

beruang
biari

kebon kewan - ibi ẹranko

unta
kẹtẹkẹtẹ́

manuk unta
ẹyẹ agùnlọrùn

singa
kìnìún

kethek
ọ̀bọ

flamingo
yojayoja

bethet
ayékòótọ́

beruang kutub
biari omi

pinguin
pinguin

hiu
ṣaki

merak
ọ̀kín

ula
ejò

baya
ọ̀nì

juru kunci kebon kewan
olùtọ́jú ibi ẹranko

singa segara
sili

jaguar
jagua

kebon kewan - ibi ẹranko

jaran poni

poni

macan tutul

ẹkùn

kuda nil

ẹran omi

jrapah

jirafi

garudha

àṣá

celeng

ẹlẹ́dẹ́ igbó

iwak

ẹja

bulus

ijàpá

walrus

wọrọsi

rubah

kọlọkọlọ

kidang

gasẹli

kebon kewan - ibi ẹranko

olahraga
àwọn eré ìdáraya

bal-balan Amerika
bọ́ọ̀lù àfẹsẹ̀gbá Amẹrika

sepedahan
kẹ̀kẹ́

tenis
tẹnisi

basket
bọ́ọ̀lù agbọ̀n

nglangi
iwẹ̀ odò

hoki es
ọki yìnyín

tinju
ẹlẹ́sẹ̀ẹ́

bal-balan
bọ́ọ̀lù àfẹsẹ̀gbá

badminton
badmintin

atletik
àwọn tí ń sáré

bal tangan
bọ́ọ̀lù ọlọ́wọ́

ski
eré orí yìnyín

polo
polo

kegiatan
àwọn iṣẹ́

- mencolot / fò
- ngrangkul dìmọ́
- ngguyu rẹ́rìín
- mlaku rìn
- nembang kọrin
- ngimpi àlá
- ndonga gbàdúrà
- ngambung fẹnukò

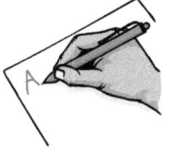

nulis
kọwé

nggambar
yàwòrán

nuduhake
fihàn

mencet
tì

menehi
funni

njupuk
mú

kegiatan - àwọn iṣẹ́

duweni
ní

nindakake
ṣe

yaiku
jẹ́

ngadek
dúró

mlayu
sáré

narik
fà

nguncalake
jù

tiba
ṣubú

ngapusi
parọ́

ngenteni
dúró

nggawa
gbé

lungguh
jókòó

klamben
múra

turu
sùn

tangi
jí

kegiatan - àwọn iṣẹ́

ndheleng
wo

nangis
kígbe

ngelus
ọ̀pá

njungkati
ìlarun

ngomong
sọ̀rọ̀

mangerteni
lóye

takon
bèrè

ngrungoake
tẹtí

ngombe
omi

mangan
jẹun

ngrapiake
palẹ̀mọ́

nrisnani
ìfẹ́

masak
dáná

nyopir
wakọ̀

mabur
fò

kegiatan - àwọn iṣẹ́

nglayar
igbín

itung
ṣírò

maca
kàwé

sinau
kọ́

kerjo
ṣiṣẹ́

ngrabi
gbéyàwó

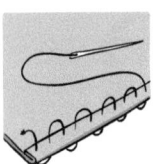
njahit
ránṣọ

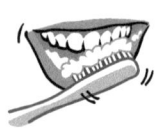
nyikat untu
fọ eyín

mateni
pa

ngrokok
mu sìgá

ngirim
firánṣẹ́

kegiatan - àwọn iṣẹ́

keluarga
ẹbí

mbah putri
ìyá ńlá

mbah kakung
bàbá ńlá

bapak
bàbá

ibu
ìyá

bayi
ọmọdé

anak wedok
ọmọbìnrin

anak lanang
ọmọkùnrin

tamu
àlejò

bu lik
àbúrò ìyá

pak lik
àbúrò bàbá

dulur lanang
arákùnrin

dulur wadon
arábìnrin

awak
ara

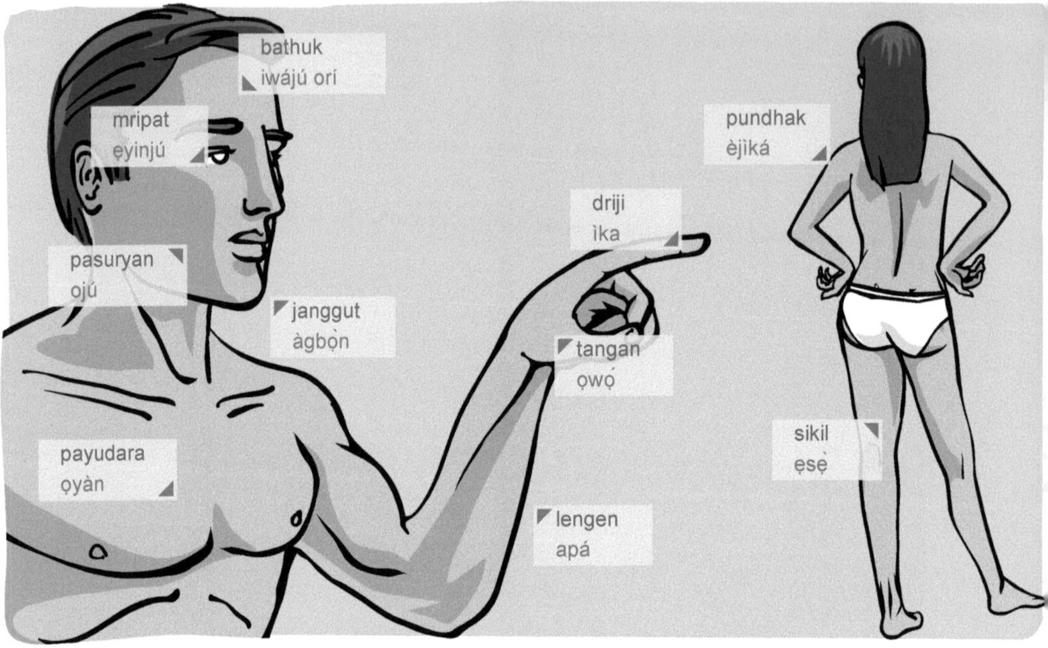

bathuk / iwájú orí
mripat / ẹyinjú
pundhak / èjìká
driji / ìka
pasuryan / ojú
janggut / àgbọ̀n
tangan / ọwọ́
payudara / ọyàn
sikil / ẹsẹ̀
lengen / apá

bayi
ọmọdé

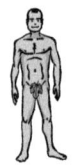

lanang
ọkùnrin àgbà

wadon
obìnrin àgbà

bocah wadon
obìnrin

bocah lanang
ọkùnrin

sirah
orí

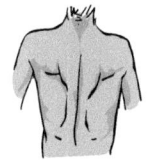

geger
èyìn

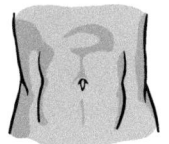

weteng
inú

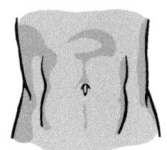

puser
ìdodo

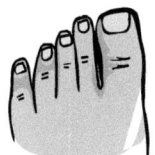

driji sikil
ika ẹsẹ̀

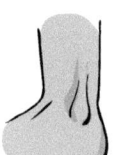

tungkak
èyìn ẹsẹ̀

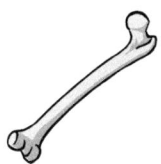

balung
egungun

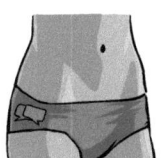

panggul
ìbàdí

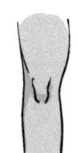

dengkul
orúnkún

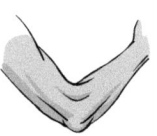

sikut
ìgúpá

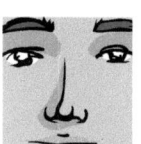

irung
imú

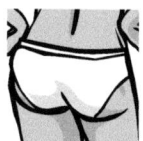

bokong
ìdí

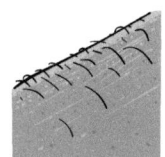

kulit
awọ

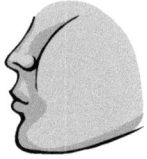

pipi
ẹ̀rẹ̀kẹ́

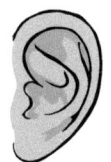

kuping
etí

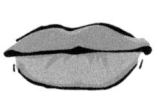

lambe
ètè

awak - ara

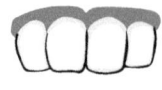

lisan / ẹnu

untu / eyín

ilat / ahọ́n

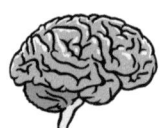
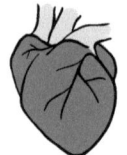

uteg / ọpọlọ

jantung / ọkàn

otot / iṣan

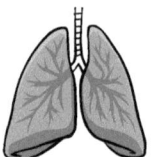

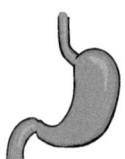

paru / ìfun

ati / ẹ̀dọ̀

garba / ikùn

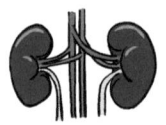

ginjel / kíndìrín

sanggama / ìbálòpọ̀

kondom / rọ́bà àbò

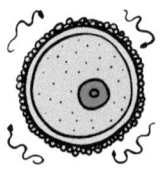

ovum / ofumu

mani / àtọ̀

mbobot / oyún

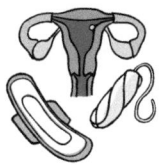
haid
ǹkan oṣù

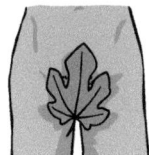
vagina
òbò

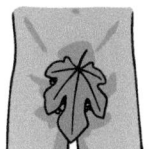
zakar
okó

alis
ìpénpéjú

rambut
irun

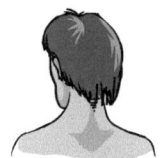
gulu
ọrùn

griya sakit
ilé ìwòsàn

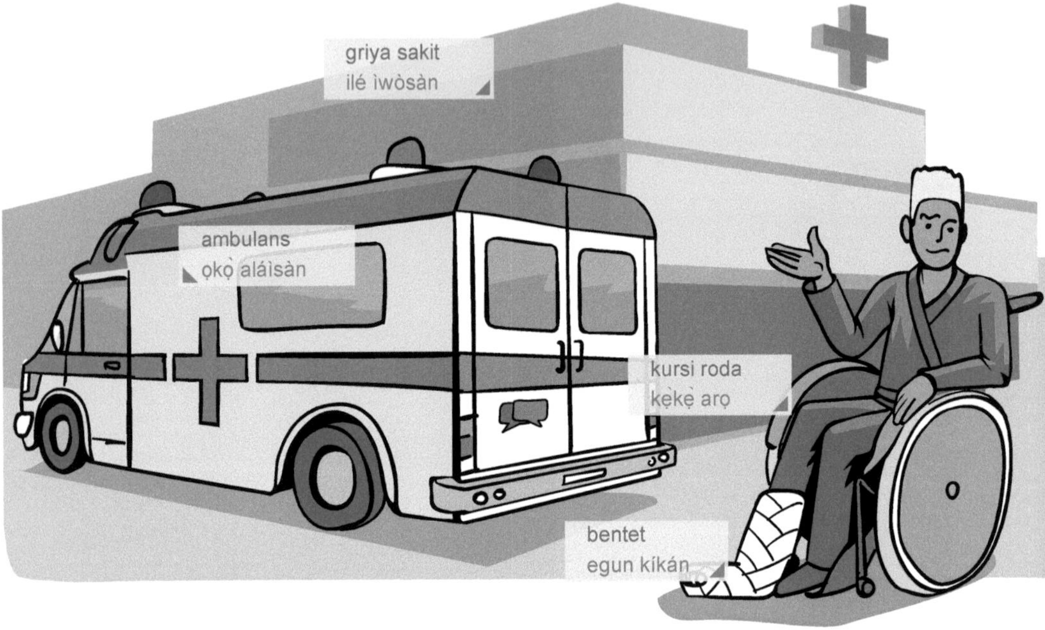

griya sakit
ilé ìwòsàn

ambulans
ọkọ̀ aláìsàn

kursi roda
kẹkẹ́ arọ

bentet
egun kíkán

dokter

dókítà

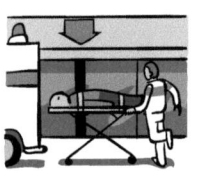

kamar gawat darurat

yàrá pàjáwìrì

perawat

nọ́ọ̀sì

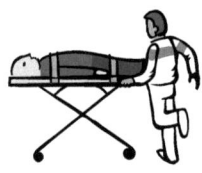

dharurat

pàjáwìrì

ora sadar

dákú

linu

ìrora

tatu
egbò

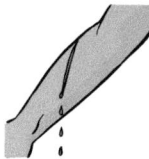
getihen
ẹ̀jẹ̀ dídà

serangan jantung
àìsàn ọkàn

setruk
ropárọsẹ̀

alergi
àlébù ògùn

watuk
ikọ́

ngelu
ibà

pilek
ọ̀finkìn

diare
ìgbẹ́ gburu

mumet
ẹ̀fọ́rí

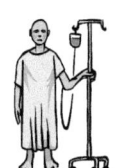
kanker
jẹjẹrẹ

diabetes
ìtọ̀ ṣúgà

ahli bedah
alábẹ

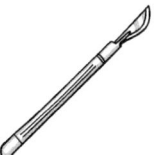
lading bedah
abẹfẹ́lẹ́

operasi
iṣẹ́ abẹ

griya sakit - ilé ìwòsàn

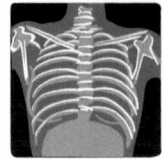
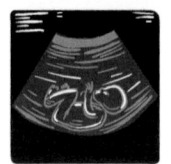

CT — CT

sinar x — x-ray

USG — ọtirasandi

masker — aṣọ ìbòjú

penyakit — àrùn

kamar nunggu — yàrá ìdúró

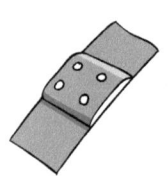

pitulung — ọ̀pá

perban — àlẹ̀mọ́

perban — aṣọ àfiwé

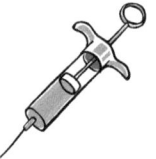
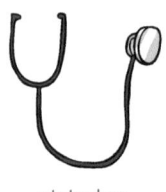
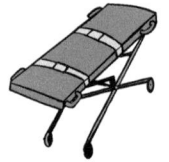

suntik — abẹ́rẹ́

stetoskop — àyẹ̀wò èémì

tandu — àtẹ aláìsàn

termometer klinik — ẹrọ iwọ̀n oru ilé ìwòsàn

lair — ìbí

kalemon — ìsanrajù

alat bantu dengar
ẹrọ àfigbọ́rọ̀

disinfektan
apa kòkòrò

infeksi
àkóràn

virus
kòkòrò

HIV/AIDS
Àrùn HIV / AIDS

obat
òògùn

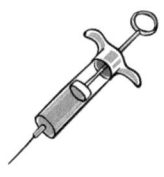
vaksinasi
àjẹsára

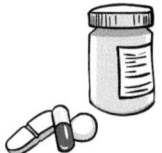
tablet
tabulẹti

pil
òògùn

nomer telpon darurat
ìpè pàjáwìrì

ngukur tensi getih
atọpinpin ẹ̀jẹ̀ ríru

lara / waras
àìsàn / lera

griya sakit - ilé ìwòsàn

dharurat
pàjáwìrì

Tulung!	alarem	sergap
Ìrànlọ́wọ́!	ìtanìjí	ìluni
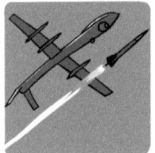		
serangan	bebaya	lawang metu dharurat
ìdójukọ	ewu	ìjáde pàjáwìrì

Kobongan!	alat mateni geni	kacilakan
Iná!	panápaná	ìjàmbá
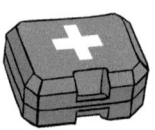		
pitulungan wiwitan	SOS	polisi
àpótí ìtọ́jú aláìsàn	SOS	ọlọ́pàá

bumi
Ayé

Eropa
Yuropu

Amerika Lor
North Amerika

Amerika Kidul
South Amerika

Afrika
Afirika

Asia
Esia

Australia
Osirelia

Atlantik
Atlantic

Pasifik
Pacific

Samudra Hindia
Indian Ocean

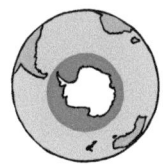

Samudra Antartika
Antarctic Ocean

Samudra Arktik
Arctic Ocean

Kutub Lor
Òpó Ìlà Òrùn

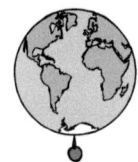		
Kutup Kidul	Antarktika	bumi
Òpó Ìwọ̀ Òrùn	Antarctica	Ayé

daratan	segara	pulau
ilẹ̀	òkun	erékùsù
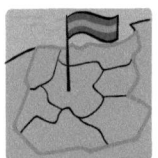	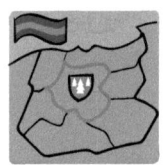	
bangsa	negara	
orílẹ̀-èdè	ìpínlẹ̀	

jam
aago

layar jam

ojú aago

dom jam

ọwọ́ wákàtí

dom menit

ọwọ́ ìṣẹ́jú

dom detik

ọwọ́ ìṣẹ́jú ààyá

Jam piro saiki?

Kínni aago sọ?

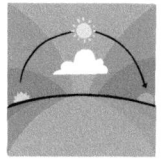

dina

ojọ́

wektu

àkókò

saiki

báyìí

jam digital

aago onínọ́mbà

menit

ìṣẹ́jú

jam

wákàtí

minggu
ọ̀sẹ̀

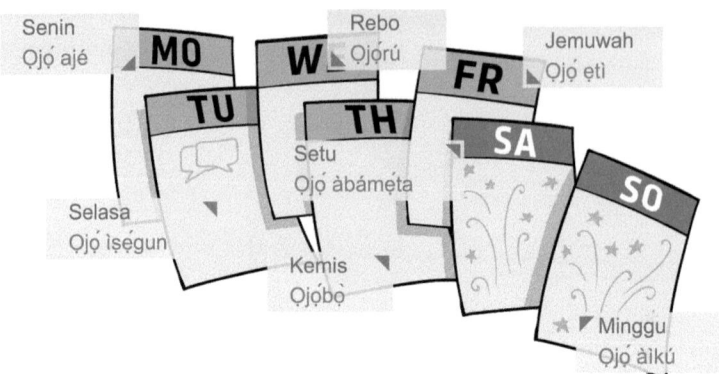

Senin — Ọjọ́ ajé
Selasa — Ọjọ́ ìṣẹ́gun
Rebo — Ọjọ́rú
Kemis — Ọjọ́bọ̀
Jemuwah — Ọjọ́ ẹtì
Setu — Ọjọ́ àbámẹ́ta
Minggu — Ọjọ́ àìkú

wingi
àná

saiki
òní

sesuk
ọ̀la

esuk
àárọ̀

awan
ọ̀sán

bengi
ìrọ̀lẹ́

dina kerja
àwọn ọjọ́ iṣẹ́

akhir minggu
ìparí ọ̀sẹ̀

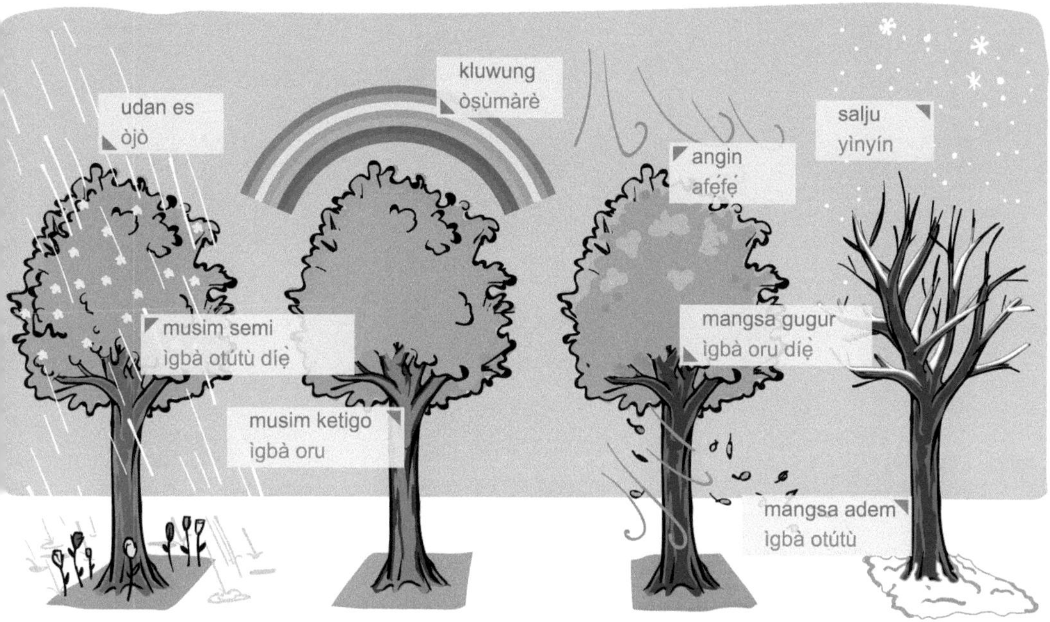

tahun
ọdún

udan es
òjò

kluwung
òṣùmàrè

angin
afẹ́fẹ́

salju
yìnyín

musim semi
ìgbà otútù díẹ̀

musim ketigo
ìgbà oru

mangsa gugur
ìgbà oru díẹ̀

mangsa adem
ìgbà otútù

ramalan cuaca

ìsọtẹ́lẹ̀ ojú-ọjọ́

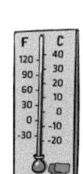

termometer

ẹ̀rọ ìwọ̀n oru

srengenge

ìtànsán òrùn

mendhung

òfurufú

kabut

ọ̀pọ̀lọ́

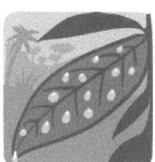

kelembapan

ọ̀gìnniti

kilat
iná

bledheg
àrá

badai
ìjì

udan es
kùrukùru

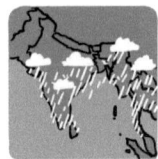
muson
afẹ́fẹ́

banjir
àgbàrá

es
omi dídì

Januari
Oṣù kínní

Februari
Oṣù kejì

Maret
Oṣù kẹẹ̀ta

April
Oṣù kẹẹ́rin

Mei
Oṣù kaàrún

Juni
Oṣù kẹfà

Juli
Oṣù keèje

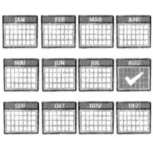
Agustus
Oṣù keẹ̀jọ

tahun - ọdún

September
Oṣù kẹẹ́sán

Oktober
Oṣù keẹ̀wá

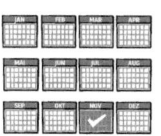
Nopember
Oṣù kọkànlá

Desember
Oṣù kejìlá

wangun
àwọn ìrísí

bunder
róbótó

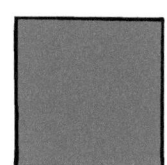
kuadrat
onígun mẹ́rin dọ́gba dọ́gba

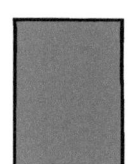
segi papat
onígun mẹ́rin

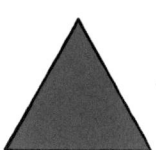
segi telu
onígun mẹ́ta

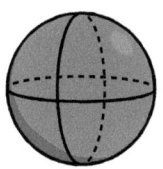
bal
sifia

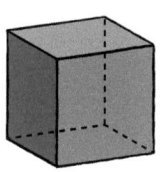
kubus
kubu

wangun - àwọn ìrísí

warna
àwọn àwọ̀

putih
funfun

kuning
yẹlo

oranye
olómi ọsàn

jambon
pinki

abang
pupa

ungu
pọpu

biru
bulu

ijo
aláwọ̀ ewé

coklat
buranu

abu-abu
rẹ́súrẹ́sú

ireng
dúdú

kontras
òdì

akeh / sithik
ọ̀pọ̀ / níwọ̀nba

nesu / kalem
bínnú / farabalẹ̀

ayu / elek
rẹwà / òbùrẹwà

pawitan / pungkasan
bíbẹ̀rẹ̀ / òpin

gede / cilik
ńlá / kékeré

padhang / peteng
mọ́lẹ̀ / dúdú

sedulur lanang / sedulur wadon
arákùnrin / arábìnrin

resik / reged
mímọ́ / dọ̀tí

pepak / ora pepak
parí / àìparí

awan / bengi
ọjọ́ / alẹ́

mati / urip
kú / àyè

jembar / sempit
fẹ̀ / tínrín

iso dipangan / ora iso dipangan
jíje / àìlèje

ala / becik
ibi / dára

seneng / bosen
dunnú / sísú

lemu / kuru
tóbi / tínrín

pisanan / pungkasan
àkọ́kọ́ / ìgbẹ̀yìn

kanca / musuh
ọ̀rẹ́ / ọtá

kebak / kosong
kún / ṣófo

atos / empuk
le / rọ̀

abot / enteng
wúwo / fúyẹ́

luwe / wareg
ebi / òhùngbẹ

lara / waras
àìsàn / lera

illegal / legal
tàpá sófin / bá òfin mu

pinter / bodo
ọlọ́gbọ́n / òmùgọ̀

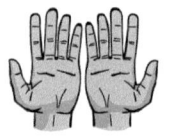

kiwa / tengen
òsì / ọ̀tún

cedhak / adoh
tòsí / jìnnà

anyar / lawas
tuntun / àlòkù

ora ana / ana
àìsí nkan / níní nkan

tuwa / enom
arúgbó / ọ̀dọ́

urip / mati
tàn / kú

buka / tutup
ṣí / padé

anteng / rame
dákẹ́ / pariwo

sugeh / mlarat
lọ́rọ̀ / tòsì

bener / salah
tọ̀nà / àìtọ̀nà

kasar / alus
àìdán / dán

susah / seneng
banújẹ́ / dunú

cendhak / dawa
kúrú / gùn

alon / banter
lọ́ra / yára

teles / garing
tutù / gbẹ

anget / adem
lọ́wọ́rọ́ / otútù

perang / tentrem
ogun / àlàfíà

kontras - òdì

angka
nọ́mbà

0
nol
òdo

1
siji
méní

2
loro
méjì

3
telu
mẹ́ta

4
papat
mẹ́rin

5
limo
márùún

6
enem
mẹ́fà

7
pitu
méje

8
wolu
mẹ́jọ

9
songo
mẹ́sàán

10
sepuluh
mẹ́wàá

11
sewelas
mọ́kànlá

12
rolas
méjìlá

13
telulas
mẹ́tàlá

14
patbelas
mẹ́rìnlà

15
limolas
mẹdogun

16
nembelas
marundínlógún

17
pitulas
mẹ́tàdínlógún

18
wolulas
méjìdínlógún

19
songolas
mọ́kàndínlógún

20
rong puluh
ogún

100
satus
ọgọ́rùùn

1.000
sewu
ẹgbẹ̀rún

1.000.000
sak yuto
miliọnu

angka - nọ́mbà

basa-basa
àwọn èdè

basa Inggris

Gẹ̀ẹ́sì

basa Inggris Amerika

Gẹ̀ẹ́sì Ilẹ̀ Amẹ́ríkà

basa Cina Mandarin

Mandarini Ṣaina

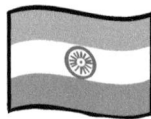

basa Hindi

Hindi

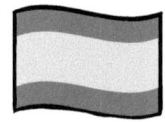

basa Spanyol

Sipanisi

basa Prancis

Faransé

basa Arab

Lárúbáwá

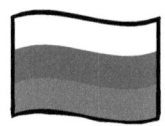

basa Rusia

Rọsia

basa Portugis

Pọtugi

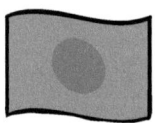

basa Bengali

Bẹngali

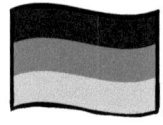

basa Jerman

Jamani

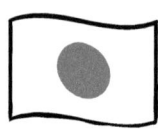

basa Jepang

Japanisi

sapa / apa / piye
tani / kínni / báwo

aku
Èmi

kowe
ìwọ

dheweke
ọkùnrin / obìnrin / nkan

kita
àwa

kowe kabeh
ìwọ

dheweke kabeh
àwọn

sapa?
tani?

apa?
kínni?

piye?
báwo?

neng endi?
níbo?

kapan?
nígbà wo?

jeneng
orúkọ

neng endi
níbo

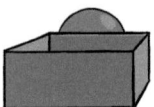
mburi
lẹyìn

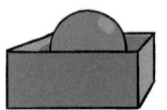
ing jero
inú

ing ngarep
níwájú

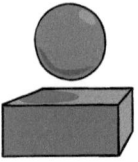
ing dhuwure
lókè

ing
lórí

ing ngisore
lábẹ́

sisih
lẹ́gbẹ̀ẹ́

antarane
láàrín

panggonan
ibi